என் தேடலாய் நீ...

அபர்ணாசெங்கு

ISBN 979-8-89415-645-3

சமர்ப்பணம்

எனக்கு எல்லாமுமான என் கணவர்
செங்குட்டுவனுக்கு

பொருளடக்கம்

முன்னுரை

"என் தேடலாய் நீ..."
"விடாத மழை... மூடாத குடை..." யைத் தொடர்ந்து
எனது இரண்டாவது கவிதைத் தொகுப்பாகும்.

தேடி எடுத்தும்
தொலைந்து விடும்
காதலின் வார்த்தைகள்
இங்கேக் கவிதைகளாய்
இக்கவிதைத் தொகுப்பில்
இடம் பெற்றுள்ளன.

நம்மைத்
தூரங்களில் நீட்டி,
பெளர்ணமியில் நிறைத்து,
மழையில் நனைத்து,
கனவில் தொலைந்து
போக வைக்கும்
காதல் தொகுப்பு இது.

நட்புடன்
அபர்ணாசெங்கு

abarnasengu7@gmail.com

கருவறை

ப்ரியங்களுடனான
உன் செய்கையால்
என்னுள் நிறையும்
உன் ஆளுமை.
காந்தமாய்க் கவரும்
உன் கண்களில்
கரைந்திடும்
என் உயிர்.
தென்றலாய் வருடிடும்
உன் பேச்சில்
பூத்திடும்
அடி மனம்.
நீரோடையாய்ச் சுழித்தோடும்
உன் புன்னகையில்
சிலிர்த்திடும்
என் தேகம்.
கருவறையாய்க் காத்திடும்
உன் இதயத்துள்
என்றும்
என் நிரந்தர வாசம்.

மோனத்தவம்

நினைவுகளில் நின்றாடும்
நீலமயில் உன்னோடு
காலங்களில் கரைந்திடாத
கனவுகளுடன் தொடர்கிறேன்.
தூரப்புள்ளிகளில் ஒளிந்தாடும்
உயிரோவியம் உன்னை
என்றும் தகர்க்க முடியாத
அரணமைத்துக் காக்கிறேன்.
வான்வெளியில் கரைந்தாடும்
உயிர்நிலவு உன்னை
என் கண்ணின் கருவிழியில்
ஒளித்தேக் களிப்புறுகிறேன்.
முப்பொழுதும் தொடர்ந்திடும்
என் பிரதிபிம்பம் உன்னோடு
என்றும் கலைந்திடாத
மோனத்தவத்தில் லயிக்கிறேன்.

காந்தாரி நான்

உன் முன்
என்னைக்
கண்ணுக்குள் காதலை
மறைத்துக் கட்டும்
காந்தாரியாக்கும்
என் பெண்மை.

காத்திருக்கும் பொழுதுகளில்
தவித்திடும் உணர்ச்சிகளை
உனைக் கண்டவுடன்
தவிர்த்திடும் என் நாணம்.

பிரேமத்தின் பெயரால்
நெகிழ்த்தி விடும் ஆசைகளை
நெஞ்சாங்கூட்டில்
சிறைப் பிடிக்கும் என் அச்சம்.

எண்ண அலைகள்
ஏவி விடும் ஏக்கங்களை
எதிர்த்து எனைக்
காப்பாற்றும் என் மடம்.

அந்திமாலையில்
ஆர்ப்பரிக்கும் கள்ளத்தனத்தை
கட்டுக்குள் அடக்கி,
உன் முன் என்னைக்

கண்ணுக்குள் காதலை
மறைத்துக் கட்டும்
காந்தாரியாக்கும்
என் பெண்மை.

விடியாத பாவனை

நம் உரையாடலில் உயிர்த்திடும்
என் நாட்களை
மௌனத்தில்
கரைத்து விட்டுப் போகாதே.
ஆத்மச் சுடரொளியாய்
ஒளிர் விடும்
என் காதலை
நிராகரித்து நீங்காதே.

நாட்களின் நகர்வில்
தொடர்ந்திட்ட காலங்கள்
இன்று
நொடிகளின் நகர்விற்காய்...
வெற்று நினைவுகளின்
கூடாரத்தில்
விழித்திருக்கும் பொழுதுகளும்
விடியாத பாவனையாய்...

மனம் மயக்கும் மலராகியும்
சுகந்தத்தை இழந்தாய் நீ.
கார்கால மேகமாகியும்
மழையாக மறந்தாய் நீ.
எண்ணக் கடலாடும் அலையாகியும்
கரைத் தொட மறுத்தாய் நீ.
வானம் ஒளிரும் நிலவாகியும்
நிறைந்த அமாவாசையாய் இருண்டாய் நீ.

பயண எல்லை

காதலாய்க் கசிந்துருகி
துவங்கும்
அவள் நினைவுப் பயணம்
என் இறுதிப் பயணம் வரை
முடிவில்லா ஒன்றென
தெரிந்தும் நுழைகின்றேன்;
தொடர்ந்தும் போகின்றேன்.
மனங்கொத்திப் போன பறவை
மலர் கொண்டு தருமோ,
மாயையாய் விலகுமோ?
விடியலின் அழகு
விடிந்த பின் நிலைப்பதில்லை.
காத்திருத்தலின் சுகம்
கடைசி வரைத் தொடர்வதில்லை.
பாதைகளின் தூரம்
பயண எல்லை வரை மட்டுமே
எனப் புரிந்தும்,
தெரிந்தும் நுழைகின்றேன்;
தொடர்ந்தும் போகின்றேன்.

காட்சி மாயை

விரித்த சிறகொடு
நீ தூரப் பறந்திட,
உனை நினைத்த மனதினை
சலித்து அலைகிறேன்.

களித்து வீழ்ந்த
நன் நாட்கள் கலைந்திட,
நீ மறுத்த உயிரினை
ஏந்தித் திரிகிறேன்.

கடந்த கால
நினைவுகள் தொடர்ந்திட,
குருட்டுக் கனவில்
உனை அணைத்தேத் தொலைகிறேன்.

உன் உதிர்த்த சிறகாய்
என் காதல் சிதறியும்,
கானல் நீரின்
காட்சி மாயையில் தொடர்கிறேன்.

காதல் களிப்பு

கடக்கின்ற பாதையில்
காதலின் மைல்கல்லாய்,
துடிக்கின்ற இதயத்தில்
கலந்தோடும் மெல்லிசையாய்,
சோலை கொண்ட பூக்களின்
சுவாச சுகந்தமாய்,
பூக்கத் துடித்திடும் அரும்புகளின்
மழலைப் புன்னகையாய்,
கழிக்கின்றக் காலங்களில்
காதலினால் களித்தோடி,
நிலைக்கின்ற எண்ணத்தில்
என்றுமே நீங்காமல்,
சிணுங்கிப் போகும் வேளையில்
கொஞ்சிடும் குழந்தையாகி
தலையாட்டும் நிலவாகி
தாலாட்டும் தென்றலாகி
அசையாமல் நிலைக்கிறாய்
நீங்காமல் உறைகிறாய்.

காற்றில் உன் பெயர்

ஆகாய நிலவாய் அருகிருப்பாயென
ஆலிங்கனம் கொள்கையில்
விண்மீன்களில் கலந்து
கண்ணாமூச்சி ஆடுகின்றாய்.
உதிர்ந்த மல்லிகையிலும்
நீ உதிர்த்துச் சென்ற
உன் புன்னகை.
அள்ளியெடுத்து
அணைக்கத் துடிக்கும் கரங்களுக்குள்
நீ கை விட்டுச் சென்ற
உன் கனவுகள்.
மையலில் மனம் பித்தாகையில்,
என் உயிர் துடிக்கக்
காற்றுக் கவர்ந்து சென்றது
உன் புன்னகைப் பூக்களை;
உன்னில் அதன் பெயர்
எழுதி இருப்பதாய்,
என்னைப் பரிகசித்து!

உன் நினைவுகளால்

கருங்குகைக் காடொன்றில்
ஊடுருவும் ஒளிக்கீற்றில்
உயிர்த்திடும் வண்ணப்பூச்சியாய்
படபடத்துப் பறக்கின்றேன்.

ஆகாயம் உயரும் வழி
ஆங்காங்கே அழைத்தாலும்
தாழப்பறந்துத் தாளமிட்டு
ரீங்காரத்துடன் சுழல்கின்றேன்.

பூத்திருக்கும் சோலைவனம்
கருமையாகி நின்றாலும்
மருட்சியின்றிப் பாதையெங்கும்
உன் மணந்தேடிப் பறக்கின்றேன்.

கார்கால மேகமென்னைக்
கனிவாகக் குளிர்விக்க
காதலினால் எனை மறந்து
பாதை மறந்து அலைகின்றேன்.

காரிருளில் நான் கரைந்தும்
மனமெங்கும் மின்னலாய்
ஒளிக்கீற்றையும் பரிகசித்து
பிரகாசமாய் மிளிர்கின்றேன்.

காதல் அழிவதில்லை

உன்னோடான
என் முதல் காதல்
இன்றும்
உயிர் வாழ்கிறது
என் மனைவியுடன்.

பட்டாம்பூச்சி

காற்றின் ஈரமெல்லாம்
கண் வழிக் கரைந்தோட
வறண்ட மனமெங்கும்
நெருடல்களாய் முட்பூக்கள்!
ஓங்கிய மரங்களூடே
அவன் எண்ணம் அடர்ந்திருக்க
என் பாலைவன வாழ்வைச்
சோலையாக்க வந்தாயோ?

கலங்கலாய் உன் முகம்

நெஞ்சார்ந்த நினைவுகளில்
நிஜமாகிய
உன்னை
நிழலாக்கிப் பிரிகிறேன்.

தொலைந்திடா எண்ணங்களை
தொலைத்திட்டே
உன்னைத்
தவிர்த்திடத் துடிக்கிறேன்.

இமை நீருக்குள்
கலங்கலாகும்
உன் முகத்தைக்
கலைத்திட மனம் தவிக்கிறேன்.

நீ களவாடிய
இதயத்தைக்
கைப்பற்றப் போராடி
உன்னையே தினம் நினைக்கிறேன்.

காதல் பூக்கள்

நெருஞ்சியா குறுஞ்சியா என
நிழலாடும்
உன் நினைவுப் பூக்கள்,
நீ கால் பதித்த வழியாவும்
அர்ச்சனையாய்
என் மனப் பூக்கள்,
தூது வந்த தென்றலறியும்
என் வேதனையின்
கண்ணீர்ப் பூக்கள்,
உன் காதலின் திசை
அறியாத் தவிக்கும்
என் ஏக்கப்பூக்கள்,
கோக்கவோ கலைக்கவோ
எனத் திணறும்
என் காதல் பூக்கள்!

தொலையும் வார்த்தைகள்

தேடி எடுத்தும்
தொலைத்து விடுகிறேன்
உனக்கான வார்த்தைகளை
உன் முன்னே.
மொழி வெல்லும்
என் விழிப் பேச்சில்,
என் உயிர் கொல்லும்
உன் கள்ளப் பார்வையில்
ஊடுருவும் பிரியங்களாய்
உயிர் வாழ்கிறது
நம்
காதல்.

என் இதயம்

நீ விரும்பும் வரை
சொந்தங்கொள்ள
வாடகைக்குக் கிடையாது.
வேண்டும்போது
தங்கிச் செல்லச்
சேவைக் குடியிருப்புக் கிடையாது.
ஒப்பந்தம் செய்து
சில காலமிருக்கக்
குத்தகைக்குக் கிடையாது.
உரிமை ஆவணம் பெற்றுக்
கை மாற்ற
விற்பனைக்கும் கிடையாது.
உன் பெயரில் பதிவு செய்து
குலச் சொத்தாய் ஆராதிக்க மட்டும்
மறுப்பேதும் கிடையாது.

மௌனமான நேரம்

தூரங்களில் நீண்டு
நினைவாழங்களில் மூழ்கி
சப்தங்களில் கலந்து
நட்சத்திரங்களில் ஒளிர்ந்து
நிலவில் தவழ்ந்து
பௌர்ணமியில் நிறைந்து
நீரோடையில் உயிர்த்து
மழையில் நனைந்து
மலர்களில் மயங்கி
குழந்தையாய் மகிழ்ந்து
தொலைந்து போகும் என்னுள்,
இன்று   நம் காதல் மனதின்
மோன இசையைத் தவிர
எதுவும் கடப்பதில்லை.

புதிராய் வாழ்க்கை

உனக்கும் எனக்குமான
மௌனங்கள்
மிகவும் சகஜமானது.
நமக்கான ஆர்வங்கள்
தண்டவாளங்களைப் போல்
இணையாத,
பரிமாற்றங்கள் இல்லாத,
இணைக் கோடுகளாய் பயணிக்கிறது.
குறுக்குக் கட்டைகளாய்
நமை இணைக்கும்
குழந்தைகளைக் கடத்தத்
தேவையான உரையாடல்களே
நமக்குள் நிகழ்கின்றன.
வேறுபடும் எண்ணங்களிலும்
வேறுபடாத நம் வாழ்க்கைப் பயணம்
புரியாத புதிராய்
எனக்கோர் ஆச்சர்யக்குறியாகிறது.
இது
காந்தத்தின் எதிர்துருவங்களின் ஈர்ப்பாய்,

மாறுபடும் எண்ணக்கோடுகளூடே
இலைமறைவு காய்மறைவாய்
இழையோடும்
நம் அன்னியோன்யத்தினாலும்
சாத்தியமாகலாம்
என எண்ணத் தோன்றுகிறது.

மைல்கல்

கனவுகளில்
தொலைந்து விடும்
என்னுள்
நீ மட்டுமே நனவாய்.
நீண்டு விடும்
என் மௌனங்களில்
உன் ஓசை மட்டுமே
உரையாடலாய்.
என் சுயம் வீழும்
தருணங்கள் என்றும்
உன்னோடு மட்டுமே
சுகமாய்.
பாதை நீளும்
என் பயணத்தில்
மைல்கல்லாய்
நீ மட்டுமே எனக்காய்.

மனமோடொத்த வண்ணங்கள்

என்
மனமோடொத்த வண்ணங்களாய்
நீ என்னுள் கரைகிறாய்.
மேகத்தின் கருமைத் திரட்டி
உன் நீள் குழலில் விரிக்கிறாய்.
நிலவின் பால் நிறத்தை
உன் முத்துப் பல்லால் உரைக்கிறாய்.
ரோஜாவின் சிவப்பிதழை
உன் கன்னக் குழியில் குழைக்கிறாய்.
பச்சைப் பசுந் தளிராய்
உன் இளமையை உதிர்க்கிறாய்.
தங்கத்தின் பொன் நிறத்தை
உன் மேனி வண்ணமாய்த் தரிக்கிறாய்.
காற்றுக்கே வண்ணம் தந்து
காதல் தேவதையாய்க் கமழ்கிறாய்.
நான் காணும் பொருளெல்லாம்
நீயே காட்சியாகி
என்
மனமோடொத்த வண்ணங்களாய்
நீ என் வானவில்லாய் ஒளிர்கிறாய்.

உனக்கான தாளம் நான்

என் மனவழிப் போகும்
பாதைகளில்
நீ கானக் குயிலாகின்றாய்.
காத்திருக்கும் பொழுதுகளில்
ஓங்கிடும் என் தவம்
ஏங்கிடும் உன் வரம் வேண்டி.
உன் கானத்தின் வழி
தொடர்ந்திடும் தவிப்புகளில்,
ஊடுருவும் பிரியங்களாய்
என் ஓராயிரம் வண்ணங்கள்
என்றும் உனக்கான தாளமாய்.

தாமரை இலை நீர்

அடிக்கும் தாயிடமே
மீளும் குழந்தையாய்
நான் உன் மடி
சேர்கிறேன்.
வரையறுக்கப்பட்ட
என் எல்லைப் புரிந்தும்
தன்னை மறந்து
உரிமையோடு உறவாடும்
என்னுள்,
உன் கடும் சொற்கள்
கணையாய் மாறி
நெஞ்சைக் கூறு போடும்.
என் உணர்வறிய
விரும்பா உன்னிடம்
என் நெஞ்சைக் கிழித்து
உனைக் காட்டி
எதை நிரூபிக்க?
பிறத்தலும் இறத்தலும்
தனியே என்றானபின்
தாமரை இலை மேல் நீராய் வாழ
ஏன் தயக்கம்?

சுடரொளியில்...

எல்லையற்றப் பிரபஞ்சத்தில்
உனை நிலைத்தே
நான் நிறைகின்றேன்.
சுவாசங்களில்
உன் சுகந்தமாய்
உயிர் கொள்கின்றேன்.
சுடர் ஒளிகளில்
உன் முகமாய்
தியானனங் கொள்கிறேன்.
தென்றலில்
உன் அசைவாய்
கனவு கொள்கிறேன்.
எனை வெல்லும்
உன் ஆண்மையால்
மையல் கொள்கின்றேன்.

பக்தியாய்...

உனை
நினைந்துருகும் நெஞ்சுள்
பக்தியாய் என் காதல்.
காற்றும் மழையும்
காதலித்தப் பொழுதொன்றில்
குளிர் தென்றலாய்த் தீண்டினாய்.
நிலவும் முகிலும்
கூடியப் பொழுதொன்றில்
ஒளிர் மின்னலாய்க் கலந்தாய்.
பெருக்கெடுத்தோடும் நீரில்
துள்ளித் திரியும் கயலாய்
மனம் கூத்தாடச் செய்தாய்.
படபடக்கும் பட்டாம்பூச்சியை
மனமெங்கும் பறக்க விட்டு
பரவசமூட்டிச் சென்றாய்.
மீண்டிடும் அலையாய்
உன் வண்ணங்கள் பதித்து
என் எண்ணங்களில் மிளிர்ந்தாய்.

என் தேடலாய் நீ...

சிதறும் மனச் சிந்தனைக்குள்
என்றுமே சிதறாத
உன் உயிரோவியம்.
தொடர்ந்து விடும் நினைவுகளில்
தினம் துளிர்க்கும் எண்ணங்களில்
என் தேடலுக்கான பொருள்
நீ மட்டுமே.
என் நெற்றியில்
நீ இடும் உதட்டுப் பதிவுகளால்
சேயாய் நான் வீழும்
நொடிகள்;
என் தலைக் கோதும்
உன் விரல்களுக்குள்
நான் சரணாகதியாகும்
பொழுதுகள்;
திடீர் விழிப்பில்
உன் வாஞ்சைப் பார்வைகளால்

நான் உயிர்க்கும்
கணங்கள்;
உன்னால்
உன்னால் மட்டுமே முடியும்
என்னை
இவ்வளவு
அதீதமாய்
நேசிக்க!

பிரபஞ்ச உண்மை

யாருக்காகவும் முடங்காதக்
காலக் கடிகார முட்களாய்
உனைச் சுற்றுகிறேன்,
பல காலமாய்.

விடியாதப் பொழுதுகளில்
ஒளிந்திருக்கும் விடியலாய்
என் மனதுள் பிரகாசமாய்
உன் முகம்;
நீ அறிவாய்.

பாறைகளுக்கிடையேக்
கசிந்தோடும் நீராய்
உன் நினைவுகளுக்கிடையே
என் வெள்ளோட்டம்;
நான் அறிவேன்.

ஓங்கி உயர்ந்த
அடர் காட்டினுள்ளே
ஊடுருவும் ஒளிக்கீற்றில்
பட்டு மிளிரும்
ஒற்றை மலராய்
நான் உன்னை அழகூட்டி
உனக்காகவே நிர்கதியாகிறேன்;
காதல் அறியும்.

புல்லாங்குழல் கண்ணனாய்
உன் நாதத்தால்
நீ நிறைந்தாலும்,
மீரா,
என் தெய்வீகக் காதலால்
நீ இவ்வுலகில் நிலைக்கிறாய்;
பிரபஞ்சமே அறியும்.

ஒற்றை மலர்

உனைத் தொட்டுப் போகும்
என் கண்களுக்குள்
தொடர்ந்து விடும்
உன் பிம்பம்.
நீல வானில்
தன் கதிர் விரிக்கும் சூரியனாய்
என் மனவானில் பதிந்திடும்
உன் ஒளி.
வனங்கொண்ட
வண்ணப் பூக்களாய்
என் மனமெங்கும் விரிந்திடும்
உன் புன்னகை.
உன் அசைவுகளில்
அலைந்திடும்
என் உயிரின்,
எனக்கான ஒற்றை மலராய்
என்றுமே நீ!

அடிநாதம் நீ

என் மௌனங்கள்
உரைக்கும் வார்த்தைகளுக்கு
நீ இசையமைக்கிறாய்.
என் பயணங்களில்
நீளும் தூரத்தை
என்னோடு கடக்கிறாய்.
என் பிரபஞ்சம்
தாண்டிய தியானத்தில்
என்னுள் ஜீவிக்கிறாய்.
என் ஓவியங்கள்
மீறிய க் கலையை
நீ பிரதிபலிக்கிறாய்.
என் மன உணர்வுகளின்
அடி நாதமாய்
நீ ரீங்காரமிடுகிறாய்.
கற்சிலையாகிச் சமைந்த
என்னை
நீயே உயிர்ப்பிக்கிறாய்.

அமாவாசை நிலவு

நீ
திரும்ப வில்லையெனும்
தேடல்கள்
எனக்குள் இல்லை.
என் மனவானில்
தேய்ந்து வளரும்
நிலவல்ல நீ.
வான் ஒளிரும்
பௌர்ணமி நிலவாய்
உன் நிஜம்
என் மனக்கிடங்கில்
என்றுமே நிறைய,
நிறைந்த அமாவாசையிலும்
முழுநிலவைப் பார்ப்பவன்
நான்.

நாடோடி

சடசடக்கும் காற்று கண்டு
பெரு மழையென்று பேரானந்தம்
கொள்ள முடியாமல்,
அதன் படபடக்கும் வேகத்தில்
புலம் பெயரும் சருகுகளாய்,
உன் படபடக்கும் இயல்பாலே
பசுஞ்சோலை வாழ்வு
தொலைந்து,
பாலைவன நாடோடியாய் நான்;
வீழ்வது நானாயினும்
வாழ்வது நீயாக இருக்கட்டும்.

உன் காதல் தேன்

கனவான காட்சிகளில்
களங்கமற்ற உன் முகத்தால்
அகம் நிறைத்தாய்.
விழி நீளும் காட்சிகளில்
எல்லையற்ற உன் சிரிப்பால்
எனைக் கவர்ந்தாய்.
என் மலரென்றே
உன்னை மகிழ்கின்ற பொழுது
பல வண்டுகள் மொய்க்க
எனைக் கடந்தாய்.
பொத்தி வைத்த இதயத்தில்
பூட்டி வைத்த
உன் காதல் தேன்
யாருக்கென்ற
தேடல் எனக்கில்லை.
உன் காதல் தேனுக்காய்
அலைபாயும்

சிறு வண்டல்ல நான்.
நீ இன்புற்றிருகக
நினைப்பதுவே அல்லாமல்
வேறொன்றும் வேண்டேன்
என் ஆருயிரே.

காதல்

பனி விலகாக் காலையில்
பாதம் படாப் புல்வெளியில்
கண்சிமிட்டும் மின்மினியாய்
பளபளக்கும் பட்டாம்பூச்சியாய்
மலர் மேல் காதல் வண்டாய்
புல்வெளிப் பனி.

நீயே... நீயே...

நீ இல்லாமல்
நகரா நாட்கள்
தினம் கொல்லாமல்
என்னைக் கொல்லும்.
நில்லாமல் உதித்திடும்
கதிரைப் போலவே
உன்னைச் சொல்லாமல்
சொல்லிச் செல்லும்.
சிக்னல் பார்த்து
கடக்கும் ரயிலைப் போலவே
உன்னைக் கண்டால் தான்
உதிரம் ஓடும்.
உன்னைப் பொய்யென்று
கடக்கும் உணர்வுகள் எல்லாம்
நீ மெய்யே என உரைத்தே
எனை வெல்லும்.

காதல் தேசம்

என் இதய தேசத்தில்
கடவுச்சீட்டின்றி
கால் பதித்தவன் நீ.
வாட்ஸ் ஆப்பில்
என்னுடன் விடிய விடிய
வாசம் செய்பவன் நீ.
∴பேஸ் டைமில்
என்னுடன் கதைப் பேசி
காதல் வளர்ப்பவன் நீ.
ஜூம் வழி
என்னுள் விஸ்வரூபம் எடுத்தவன் நீ.
விசா ஏதுமின்றி
என்னை வீழ்த்தி
என்னில் வாழ்பவன் நீ.

நிலவுடன் கதைப்போமா...

நிலவுடன் கதைப்போமா
நீயும் நானுமாய்...
சுவையாய் இணைவோமா
தேனும் பாலுமாய்...
நாளும் கடப்போமா
உடலும் உயிருமாய்...
இணையாய் தொடர்வோமா
விடுகதையும் விடையுமாய்...
இனிதே வாழ்வோமா
முடிவில்லாத் தொடர்கதையுமாய்...
தெரியாப் பாதைகளில்
புரியா வளைவுகளில்
உன் வழியும்
என் வழியும் கலக்க,
நாம் கையோடு கைக்கோர்த்து
என்றும் பயணிப்போமா...!

வரம்

பூ கோர்க்கும் விரல்களுடன்
என் உயிர் கோர்க்கும்
ஓர் உறவு வேண்டும்.
தலைக் கோதும் விரல்களாகி
என் வாழ்க்கை வகிடெடுத்து
எனக்காகி வாழ வேண்டும்.
போகும் வழிப் பாதை
என் நிழலாய்
ஓர் நிஜம் வேண்டும்.

என் ஒற்றைச் சடையின்
மலராகி மணம்
சேர்க்க வேண்டும்.
என் உள்ள ஜதிக் கேற்ப
சடைக் குஞ்சலமாய்
ஆட வேண்டும்.
அவன் உள்ளத் தாமரையின்
ஒரே சுகந்தமாய்
நானே வேண்டும்.

உயிரோடு உயிர் கலந்து
மெய்யோடு மெய் உணர்ந்து
உயிர்மெய்யாய் உறவாடும்
ஓர் உறவு ஒன்று அமைய,
வரமொன்று தந்து விடு
பிள்ளையாரே
வரமொன்று தந்து விடு!

பயணம்

கண்ணுக்கெட்டும் எதுவும்
கைக்கு எட்டாமல் விலகும்
தொலையாப் பயணம் இது.
சூரியனில் தொலைந்து
நிலவில் கலக்கும்
அந்திப் பயணம் இது.
என்னில் தொலைந்து
அவளில் கலக்கும்
காதல் பயணம் இது.

உண்மை

நிழலாகி நிஜமாகி
நீ எந்தன் உறவாகி
வாழ்ந்த பொழுதுகள்
சுகம் அல்லவா

விழியாகி ஒளியாகி
நீ எந்தன் உயிராகி
கழித்தக் காலங்கள்
காவியம் அல்லவா

வருகைக்காய்க் காத்திருந்து
வாசலிலேப் பூத்திருந்து
அருகாமையில் உயிர்த்திட்ட
காலங்கள் நிஜமல்லவா

மறுத்தலில் தொலைந்திட்டே
மங்கையாய் ஏங்கிட்டே
மயங்கியே கலங்கிடும்
காலங்கள் புதிதல்லவா

பூத்திட்டக் காலங்கள்
அவை இன்று வீழ்ந்தாலும்
மீண்டும் தழைக்கும்
என் நம்பிக்கை நிஜமல்லவா

கதிராகி நிலவாகி
வானென்றும் நிறையும்
இது என் காதல்
உண்மை அல்லவா!

பழக்கம்

எதையும் சொல்லிப்
பழக்கம் இல்லை அவனுக்கு
எதையும் கேட்டுப்
பழக்கம் இல்லை இவளுக்கு
எத்தனை வருடங்கள்?
முடியட்டும் மீதங்களும்,
இவளை இழந்து
சொல்ல ஆளில்லாமல்
அவன் கஷ்டப்படக்கூடாது.
பேசிப் போன அவன்
பேசாமல் நின்றால்
இவளும் கஷ்டப்படக்கூடாது.

சொல்லாதே

சொல்லாதே யாரும் கேட்டால்
எல்லோரும் தாங்க மாட்டார்.

தூரவானின் அழகு ரகசியங்கள்
உன்னைப் பிரதிபலிக்கும்
எண்ணங்கள் என்பதை

அணி வகுக்கும் வண்ணங்கள்
உன் கன்னங்களில் குழைக்கப்பட்ட
வெட்கங்கள் என்பதை

தொட்டுவிடத் துடிக்கும் தோற்றங்கள்
எட்டி நின்றே எனை அழைக்கும்
உன் வசீகர வனப்புக்கள் என்பதை

சிந்தாத மழையாய் சிரிக்கும் மேகங்கள்
என் உயிரள்ளிப் போகும்
உன் சிரிப்பலைகள் சிந்தியதால் என்பதை

சூரியனாகிச் சூழும் ஒளி வெள்ளம்
உன் முகப் பிரகாசத்தின்
முழு நகல் என்பதை

நிலவொளியின் நீங்கா குளிர்
பகலெல்லாம் உன்னில்
மின்னூட்டப்பட்டதால் என்பதை

ஆயிரம் நட்சத்திரங்களின்
கண் சிமிட்டல்களும்
உன் கரு விழிகளின் ஒளியை
திருடியப் பெருமிதத்தால் என்பதை

சொல்லாதே யாரும் கேட்டால்
எல்லோரும் தாங்க மாட்டார்.

கையளவேனும் கற்கவேண்டும்

விளக்கங்கள் கடந்த
விளங்காத காவியம் நீ.
புரியாத புதிராகும்
பெண்ணென்ற ஆச்சர்யம் நீ.

உன் பிரசன்ன மின்னலின்
பளீரிடும் ஒளியால்,
ஒளிர்ந்திடும் உள்ளங்களைக்
காதல் கொள்ளச் செய்யும்
உன் பெண்மை;

உன் புன்னகைப் பூவைப்
பறிக்கத் துடிக்கும் மனங்களை,
முள் வேலி கொண்டு
மேனி படாமல் தவிர்க்கும்
உன் நேர்த்தி;

தாமரை இலை உன்னில்
நீராய் படரும் உள்ளங்களை,
பட்டும் படாமல்
கை கோர்க்கும்
உன் பாங்கு;

கானல் நீரின்
காட்சி மாயையாகி நின்றும்,
தொடர்ந்து விடும் மனங்களை
நெருங்க விடாமல் தூரவிலகும்
உன் மாயம்;

கையளவேனும்
கற்கவேண்டும்
உன் சாதுர்யம்!

வேறுபாடுகள்

வருவாயா எனக்
காத்துப் பூத்திருந்த
அதே கண்கள்
இன்று வரமாட்டாய்
எனத் தெரிந்தும்
அதே ஏக்கத்துடன்.
கால மாறுபாடுகளில்
கருத்து வேறுபாடு சகஜம்.
உணர்வு மாறுபாடுகளால்
உள்ள வேறுபாடுகள் சகஜம்.
சூழல் மாறுபாட்டில்
சூழ்நிலை வேறுபாடு சகஜம்.
எந்த மாறுபாட்டிலும்
நிறம் மாறா
உண்மைக் காதல்
மட்டுமே அபூர்வம்.

முற்றத்து நிலா

என் சிந்தனையற்ற மனப்பரப்பில்,
ஜன்னலின் முற்றத்து நிலவாய்,
சிறிது சிறிதாய்
நான் அறியாமல்
எனை ரகசியமாய்
எட்டிப் பார்க்கிறாய்.
கிணற்று நிலவாய்
என்னுள் ஆழ
நீ நிறையும் தருணம்,
அங்கு நிறைந்து மிதப்பது,
நீ மட்டுமல்ல
உணர்வற்ற மானுடமாய் நானும்!

இலக்கணம் மாறுமோ?

முற்றுப்புள்ளிகளை
நேராகக் கொண்ட
நேர் கோட்டில் நீ நகர்கிறாய்.
கேள்விக்குறிகளுக்குப் பதிலாகி,
அரைப்புள்ளிகளில் காத்திருந்து,
ஆச்சர்யக்குறிகளுக்குப் பொருளாகி
வளைந்து நெளிந்தே
என் பயணம்.
அடைப்புக்குறிக்குள் அடங்கி,
எழுத்தெச்சக்குறியாய் கலந்து
உன் இலக்கணம் மாறாது
வாழ்வியல் தொடர்ந்து
காலம் கடக்கிறேன்.

காதல் குடம்

வெற்றுக் குடமாய் மனம்
அதில் நிரம்பிய மதுவாய் காதல்.

உன் அன்பும் என் அன்புமாய்
நிறைந்திடும் மனக்குடத்தில்
ஜனனமாகும் மதுவாய்
நம் காதல்.

மதுக்குடமாய்
நம் மனக்குடங்கள் நிறைய
அங்கே நிரம்பி வழியுது
நம் காதல்.

நிரம்பிய
மதுக் குடத்தின்
ஊடே கூட
நீயும் நானுமாய்
கடல் அலை எனவே
காதலில் தவிக்கிறோம்.

தளும்பும் அந்த மதுக்குடத்தில்
தெறிக்கும் ஓர் துளியாய்
பறிக்கும் உந்தன் பார்வை.

உன் குலுங்கும் புன்னகை
அங்கே தளும்பும்
நம் மதுக்குடத்திலும்.

மதுக்குடமாய் நிரம்பிய
நினைவுகளின் மயக்கத்திலும்
நம் காதலே ஒற்றைப் புள்ளியாய்.

காதல் நினைவுகளால்
குடத்தில் மதுவாய் நீந்தும் வரை
நமக்குள் இடைவெளியில்லை.

உன்னைத்
தேடிச் சென்ற வேளை
நீ அங்கு இல்லை;
முழுதும் நாமே நிரம்பி இருந்தோம்
நானே நீயாகவும்
நீயே நானாகவும்
காதல் மதுவாகவும்.